AF758828

ടോണി എം. ആന്റണി

മണ്ടി ആന്റണി ഓമന ദമ്പതികളുടെ മകനായി കനകമല എന്ന കൊച്ചു ഗ്രാമത്തിൽ ജനനം. ചാലക്കുടി കാർമൽ സ്കൂളിലും ഇരിഞ്ഞാലക്കുട ക്രൈസ്റ്റ് കലാലയത്തിലുമായി വിദ്യാഭ്യാസം. പ്രവാസിയാണ്. ഇപ്പോൾ സൗദി അറേബ്യയയിൽ ദമ്മാമിൽ ജോലി ചെയ്യുന്നു.

രണ്ടു പുസ്തകങ്ങൾ പ്രസിദ്ധീകരിച്ചിട്ടുണ്ട്. എന്റെ കള്ളോർമകൾ (അനുഭവകഥകൾ/ചെറു കഥകൾ), ചിലന്തി (കവിതാസമാഹാരം).
രണ്ടാമത് (2022) മുണ്ടൂർ കൃഷ്ണൻകുട്ടി സ്മാരക ചെറുകഥാപുരസ്കാര ജേതാവ് കൂടിയാണ് കവി.
ഭാര്യ : സൗമ്യ (അമ്പഴക്കാട് എലുവത്തിങ്കൽ ഔസേപ്പ് മേരി ദമ്പതികളുടെ മൂന്നാമത്തെ മകൾ).
മക്കൾ : ഫെലിക്സ് ടോണി ആന്റണി, സ്റ്റീവ് ടോണി ആന്റണി.

Malayalam Language
Avarenthu Karuthum
(Poems)
by
Tony M. Antony
♦
Published in October 2022
by Kairali Books Private Limited
Thalikkavu Road, Kannur.
Ph : 0497-2761200
E-Mail : Kairalibooksknr@gmail.com
♦
Cover Design
Prasanth Mangad
♦

Price ₹ : 140.00
52/22-23/Sl.No1357/300/NS 18.6
ISBN 978-93-94472-09-9

അവരെന്തു കരുതും

ടോണി എം. ആന്റണി

കൈരളി ബുക്സ്

സമർപ്പണം

അപ്പച്ചന്...
വല്ല്യപ്പച്ചനും വല്ല്യമ്മച്ചിക്കും...
അപ്പൂപ്പനും അമ്മൂമ്മക്കും...
കൂടെ എന്റെ എല്ലാ അഭ്യുദയകാംക്ഷികൾക്കും...

ഉള്ളടക്കം

ആമുഖം

ആദ്യ രണ്ടു കൃതികളായ എന്റെ കള്ളോർമകൾ, ചിലന്തി എന്നിവയിൽ പറഞ്ഞത് പോലെ പ്രതിഭയെക്കാൾ എഴുതാൻ ഉള്ള ആഗ്രഹം, അതാണ് ഈ പുസ്തകവും 'അവരെന്തു കരുതും'.

പലപ്പോഴായി തോന്നിയ ചില ആശയങ്ങൾ എനിക്ക് കഴിയുന്ന രീതിയിൽ നിങ്ങളുടെ മുമ്പിൽ അവതരിപ്പിക്കുന്നു. കവിതകൾ എന്ന് പറയാൻ കഴിയുമോ എന്നറിയില്ല.

ചില കുത്തികുറിക്കലുകൾ, അതാണ് 'അവരെന്തു കരുതും' എന്ന ഈ കവിതാസമാഹാരം.

കുറവുകൾ ആണ് അധികവും. ഒത്തിരി സ്നേഹത്തോടെ, പ്രതീക്ഷയോടെ നിങ്ങളുടെ മുന്നിൽ ഈ കവിതകൾ സവിനയം സമർപ്പിക്കുന്നു.

ടോണി എം. ആന്റണി

പ്രവാസിയായ ടോണി എം. ആൻറണി തൊഴിൽ സംഘർഷങ്ങളിൽ നിന്നുള്ള രക്ഷപ്പെടൽ എന്ന നിലയിലായിരിക്കണം കവിതയിലഭയം തേടുന്നത്. ജീവിതത്തെപ്പറ്റി, ലോക നീതിയെപ്പറ്റി, സ്ത്രീയെപ്പറ്റി, കാലത്തെപ്പറ്റി ഏറെ വ്യത്യസ്തമായ ചിന്തകൾ ടോണിക്കുണ്ട്. ടോണിയുടെ നല്ല മനസ്സ് വരികളിൽ നിഴലിക്കുന്നുമുണ്ട്. കവിതകളായി ചിന്തകളെ സ്വതന്ത്രരാക്കുമ്പോൾ കവിയ്ക്കുള്ള വലിയ ഉത്തരവാദിത്തങ്ങൾ, സ്വയം നവീകരണങ്ങൾ, വാക്കുകളോടു കാണിക്കേണ്ട മിതത്വം ഇവയിലൊക്കെ ഏറെ ശ്രദ്ധ കൊടുത്ത് നല്ല കവിതകളുടെ രചയിതാവാൻ ടോണിക്കാവട്ടെ.

സ്നേഹാശംസകളോടെ,

ഡോ. ഖദീജാ മുംതാസ്

ഹൃദയക്കൊളുത്തിലിങ്ങനെ ചേർത്ത് ചേർത്ത്

സുകുമാരൻ പെരിയച്ചൂർ

റാബിയ അൽ അദാബിയ എന്ന ഒരു സൂഫി കവയിത്രിയെ ഓർമ്മവരുന്നു. പറയാനുള്ളത് ആരെയും ഭയപ്പെടാതെ തുറന്നെഴുതിയ എഴുത്തുകാരി. റാബിയയുടെ ചിന്താശക്തികൊണ്ട് റാബിയ ജീവിച്ചിരുന്നപ്പോൾ തന്റെ ഗ്രാമമായ അൽ അദാബിയ ഏറെ പ്രശസ്തമായി. അൽ അദാബിയ എന്നത് അവരുടെ ഗ്രാമത്തിന്റെ പേരായിരുന്നു. ലോകത്തെമ്പാടുമുള്ള സഞ്ചാരികൾ റാബിയയുടെ സൂക്തങ്ങൾ കേട്ട് സായൂജ്യമടയാൻ അവരുടെ കുടിൽ തേടിയെത്തി.

റാബിയ നിലവിലുള്ളതിനെയൊക്കെ തിരുത്തി. അപ്പോൾ പലരും ചോദിച്ചത്രേ! നിലവിലുള്ളതിനെ തിരുത്തിയാൽ അതുവരെ തുടരുന്നതിനെ നിരസിച്ചാൽ... നമ്മുടെ പിൻഗാമികൾ എന്തു കരുതും. അപ്പോൾ റാബിയ ചിരിച്ചുകൊണ്ടു പറഞ്ഞ മറുപടി പ്രസക്തമാണ്. 'പാരമ്പര്യത്തെക്കുറിച്ച് ഞാൻ വേവലാതിപ്പെടുന്നില്ല. ഞാൻ ദൈവത്തെ മുഖാമുഖം കണ്ടിട്ടുണ്ട്. എന്റെ അനുഭവത്തിന്റെ വെളിച്ചത്തിൽ ഞാൻ മാറ്റത്തിനായി എഴുതുകയാണ്. ഇതെന്റെ പുസ്തകമാണ്. നിങ്ങൾക്ക് എതിർക്കാനാകില്ല. ഇതെന്റെ സ്വത്താണ്. എന്റെ അനുഭവത്തോടാണ് ഞാൻ സത്യസന്ധത പുലർത്തേണ്ടത്. മറ്റാരുടേതിനോടുമല്ല.'

ടോണി എം. ആന്റണിയുടെ 'അവരെന്തുകരുതും' എന്ന കവിതാസമാഹാരം റാബിയയുടെ മിസ്റ്റിക് ചിന്തകൾ പോലെ വിശുദ്ധവും സത്യസന്ധവുമായ അനുഭവങ്ങളുടെ സുഖദ ലിഖിതമാണ്. അവരെന്തും കരുതും എന്ന ആശങ്കയില്ലാത്ത മനുഷ്യനാണ് ജീവിത വിജയത്തിന്നുടമയായതെന്ന ഉത്തരമാണ് കവിത തേടുന്നതും നൽകുന്നതും. 'ജോലിക്കിറങ്ങിയപ്പോൾ, പ്രിയമുള്ളതു ധരിക്കാൻ മോഹം. അരുതെന്നുറച്ചു, മോഹമുറക്കി, അല്ലേൽ അയൽക്കാരെന്തു കരുതും' എന്ന വരികളൊക്കെ ഏറെ പ്രകീർത്തിക്കപ്പെടേണ്ട കണ്ടെത്തലുകൾ തന്നെയാണ്.

റാബിയയെ തന്നെ വീണ്ടും ഓർമ്മ വരുന്നു. ഒരിക്കൽ റാബിയ തന്റെ വീടിനടുത്തുള്ള വഴിയിലെ ചപ്പു ചവറുകൾക്കിടയിൽ എന്തോ തിരയുന്നു. അയൽക്കാരെത്തി. എല്ലാവരും തിരയുകയാണ്. കുറേ നേരം തിരഞ്ഞപ്പോൾ കൂട്ടത്തിലൊരാൾ റാബിയയോടു ചോദിച്ചു. 'റാബിയ നമ്മളെന്താണ് തിരയുന്നത്.' റാബിയ പറഞ്ഞു. 'എന്റെ തുന്നൽ സൂചി കള

ഞ്ഞുപോയി. ഞാൻ വീടിനകത്തുനിന്നും തുന്നിക്കൊണ്ടിരിക്കുമ്പോളാണ് അവിടെ സൂചി കളഞ്ഞുപോയത്.' ആളുകൾ അതിശയപ്പെട്ടു പോയി. അവർ ഒന്നടങ്കം ചോദിച്ചു. 'അകത്ത് പോയ സൂചി വീട്ടിന്റെ പുറത്ത് തെരഞ്ഞിട്ട് എന്താ കാര്യം?'

റാബിയ ചിരിച്ചുകൊണ്ട് പറഞ്ഞു. 'നാം ഇതുതന്നെയല്ലേ ചെയ്യുന്നത്. നമ്മുടെ മനസ്സിനകത്തുള്ള വിശുദ്ധിയെ നാമോരോരുത്തരും പുറത്ത് തിരയുന്നു.'

ടോണി എം. ആന്റണി മനസ്സിനകത്തുള്ള വിശുദ്ധിയെ പുറത്ത് തിരയാതെ തന്റെ കവിതകളിലൂടെ വെളിപ്പെടുത്തുകയാണ് ചെയ്യുന്നത്.

'വാടകവീടുകൾ' എന്ന കവിത നമ്മുടെ മനസ്സിനെ വിശുദ്ധമാക്കുന്നു. ഒരു പക്ഷേ ഇത്രയും കൃത്യമായി വാടകവീടിനെക്കുറിച്ച് ആരും എഴുതിയിട്ടുണ്ടാവില്ല. 'വാടകവീടുകൾ പലപ്പോഴും വേശ്യയുടെ മനസ്സുപോലെയാണ്. ലവലേശവുമില്ലാതെ രതിയുടെ ആഴങ്ങൾ തേടുന്നപോലെ.'

ഒറ്റയ്ക്കിരിക്കുന്നവൻ എന്ന കവിത 'ഒരിക്കലും കടന്നു കളയാതിരിക്കാൻ കവിത കൊണ്ടൊരു കയ്യാമം ഉണ്ടാക്കി, ഹൃദയക്കൊളുത്തിലങ്ങിനെ ചേർത്തിട്ടേക്കണം.' ഈ വരികൾ വായിക്കുമ്പോൾ സൂർദാസിനെ ഓർമ്മവരുന്നു. അന്ധനായ സൂർദാസ് ഉണ്ണിക്കണ്ണനെ തേടി തേടി നടക്കുന്ന രംഗം. ഉണ്ണിക്കണ്ണനെ ഓടക്കുഴലൂതി സൂർദാസ് അരികിലെത്തിച്ചപ്പോൾ തന്റെ ഓടക്കുഴലിലൂടെ മെല്ലെ കൃഷ്ണന്റെ കൈത്തലം പിടിച്ചനേരം; ഉണ്ണിക്കണ്ണൻ കൈ തട്ടിമാറ്റുന്നു. അപ്പോൾ സൂർദാസ് പറയുന്നുണ്ട്. 'കണ്ണാ അങ്ങേയ്ക്ക് കൈകൊണ്ട് എന്നെ തട്ടിമാറ്റാം. പക്ഷേ എന്റെ ഹൃദയത്തിൽ നിന്നും എങ്ങനെ തട്ടിമാറ്റാൻ കഴിയും. എന്റെ ഹൃദയ കൊളുത്തിൽ നിന്നും അങ്ങേയ്ക്ക് ഊരിപ്പോകാൻ സാധ്യമല്ല.' ടോണി എം. ആന്റണിയുടെ കവിതയുടെ വിശുദ്ധി അത്രയ്ക്കും സുതാര്യമാണ്. സുവ്യക്തമാണ്.

'അക്ഷരങ്ങൾക്കും ശനിദശ' വായനയുടെ ആദിഭാഗത്തുനിന്നും ശനിദശ എന്ന നെഗറ്റീവ് ചിന്തയിലൂടെ അവസാനം നമ്മെ ഉണർവിന്റെ ഉൾക്കരുത്തായ് കവിത സ്ഫുടം ചെയ്യുന്നു. 'നേരിന്റെ അക്ഷരങ്ങൾ, കല്പാന്തങ്ങൾക്കപ്പുറം പുതിയ പുലരിയെ കിനാക്കണ്ടു അർഥം ചികഞ്ഞു, നീണ്ടുനിവർന്നു കിടന്നു. ഇനിയും ഉണരാൻ അറിവിന്റെ തീപ്പന്തം കത്തിച്ചെറിയാൻ.'

ജിദ്ദു കൃഷ്ണ മൂർത്തിയുടെ ചിന്താധാരകളെപ്പോലെ ആഴവും പരപ്പുമുള്ള അദ്വിതീയ കവിതകളാണ് ടോണി എം. ആന്റണിയുടേത്. 'അക്ഷരങ്ങൾക്കും ശനിദശ' അത് നമ്മെ ബോധ്യപ്പെടുത്തുന്നു. ജിദ്ദുവിന്റെ

വാക്കുകൾ നോക്കൂ. 'ഒരു തത്വസംഹിത സ്വീകരിക്കുമ്പോൾ, നിങ്ങൾ സ്വയം അടിച്ചമർത്തുകയാണ് ചെയ്യുന്നത്. എന്നാൽ ഉണ്മയായത് തത്വ സംഹിതയല്ല, നിങ്ങളെന്തോ അതാണ്. നിങ്ങൾ മറ്റൊരാൾ പറയും പോലെ പഠിക്കാൻ ശ്രമിച്ചാൽ, നിങ്ങളെന്നും ഒരു രണ്ടാംതരക്കാരനായി രിക്കും.' നിങ്ങളെന്തോ അതാണ് ഉണ്മയെന്ന് കണ്ടെത്തുന്ന കവിതാ ന്വേഷകനാണ് ടോണിയുടെ ഓരോ കവിതയുടേയും സാഫല്യം. അറി വിന്റെ തീപ്പന്തം കത്തിച്ചെറിയുന്ന കവിതയുടെ അക്ഷയഖനികളാണ് 'അവരെന്തു കരുതും.'

'ഇന്നത്തെ ഓംലറ്റ് പറഞ്ഞത്' എന്ന കവിത എന്തുകൊണ്ട് എന്ന ചോദ്യമുന്നയിച്ചവരെ മാനവലോകം ചെയ്ത നീതികേട് വരച്ചുകാട്ടുന്നു. 'അല്ലേലും ആചാരം തെറ്റിച്ചവരെ, വിളിച്ചുപറയുന്നവരെ, നിശ്ശബ്ദരാ ക്കാതെങ്ങിനെ. വിഷം കൊടുക്കണം, തലവെട്ടണം, ചുട്ടുകൊല്ലണം, ഒഴു ക്കിന്റെ തനിയാവർത്തനങ്ങൾ. ' സോക്രട്ടീസ് മുതൽ ഗലീലിയോ വരെയുള്ള ചോദ്യകർത്താക്കളെ കവിതയിൽ ആത്മാർപ്പണം ചെയ്യുന്നു ടോണി എം. ആന്റണി.

ദീർഘമായ ഒരു കവിതയാണ് 'കാലചക്രം തിരിഞ്ഞപ്പോൾ.' മുപ്പതാം വയസ്സിൽ കോമയിലായ ഇട്ടൂപ്പ് ചേട്ടനിലൂടെ അറുപത് വയസ്സിൽ കൺതു റന്നപ്പോൾ, മുപ്പതുവർഷത്തെ കാലചക്രത്തെ ഒരു സറ്റയർ രൂപത്തില വതരിപ്പിച്ചിരിക്കുന്ന സുന്ദരകവിത. ആണിട്ടത് പെണ്ണും, പെണ്ണിട്ടത് ആണും, മുടിയുള്ള ആണും, ബോബ് ചെയ്ത പെണ്ണും. പുതിയ കാലത്തെ എത്ര മനോഹരമായിട്ടാണ് കവി ഒരു രവിവർമ്മചിത്രംപോലെ യാഥാതഥചിത്രമായി വരച്ചിരിക്കുന്നത്. ഈ കവിത എത്ര തവണ വായി ച്ചാലും രസമുകുളങ്ങൾക്ക് ആധിക്യം വർദ്ധിക്കുകയേ ഉള്ളൂ.

ടോണി എം. ആന്റണിയുടെ ഇരുപത്തയഞ്ചു കവിതകളുടെ ശേഖര പുസ്തകമാണ് 'അവരെന്തു കരുതും'. ആരെന്തു കരുതിയാലും പറ യട്ടെ ഇതിലെ കവിതകൾ ശ്രേഷ്ഠമാണ്. എന്തൊരു രസമാണ് ഓരോ കവിതയും. ഒരു കവിത വായിച്ചു തീർന്നാൽ നാം ഇത്തിരി നേരം ചിന്തിച്ചു ചിന്തിച്ചു വീണ്ടും ആ കവതയിലേക്കു തന്നെ തിരിച്ചുപോ കും. നിത്യചൈതന്യയതി പറഞ്ഞതുപോലെ 'സ്വപ്നവിഹാരി ഒരു ക്രീഡയിൽ ഏർപ്പെട്ടിരിക്കുന്നവനെപ്പോലെയാണ്. ക്രീഡയിൽ മുഴുകി യിരിക്കുന്നവൻ തന്നെത്തന്നെ മറന്നുപോകുന്നു, മറ്റുള്ളവരേയും മറക്കു ന്നു.' 'അവരെന്തു കരുതും' എന്ന കവിതാ സമാഹാരം വായിക്കുമ്പോൾ നാം നമ്മെത്തന്നെ മറന്നുപോകുന്നു. കവിതയിലേക്ക് മാത്രം കവി നമ്മെ ഉൾച്ചേർക്കുന്നു.

അവരെന്തു കരുതും

അലാറം അടിച്ചപ്പോൾ,
കുറച്ചുകൂടെ കിടക്കാൻ മോഹം.
വൈകുമെന്നുറച്ചു,
മോഹമടക്കി,
ഭർതൃവീട്ടുകാരെന്തു കരുതും.

മുറ്റമടിച്ചപ്പോൾ,
പത്രംവന്നപ്പോൾ,
ഒന്നിരുന്നു വായിക്കാൻ മോഹം.
വേണ്ടെന്നു വെച്ചു, മനസ്സടക്കി,
അല്ലേൽ ശ്വശുരനെന്തു കരുതും.

പ്രാതലൊരുക്കിയപ്പോൾ,
ഇഷ്ടം ഉണ്ടാക്കാൻ നാവിനു മോഹം.
പാടില്ലെന്നുറച്ചു,
ആശയടക്കി,
അല്ലേൽ മക്കളെന്തു കരുതും.

ജോലിക്കിറങ്ങിയപ്പോൾ,
പ്രിയമുള്ളതു ധരിക്കാൻ ഒരു മോഹം.
അരുതെന്നുറച്ചു,
മോഹമുറക്കി,
അല്ലേൽ അയൽക്കാരെന്തു കരുതും.

വേതനം വന്നപ്പോ,
പണ്ടേ കൊതിപ്പിച്ചത്
വാങ്ങാനൊരുമോഹം
ചെയ്യരുതെന്നുറച്ചു, പണസഞ്ചിയടച്ചു,

അല്ലേൽ മാസചിട്ടിക്കാരനെന്തു കരുതും.

തിരിച്ചെത്തിയപ്പോ, ക്ഷീണം,
മാസങ്ങളിലെ അതിഥി,
ഒന്നിരിക്കാൻ മോഹം
പറ്റില്ലെന്നുറച്ചു, ക്ഷീണം മറന്നു,
അല്ലേൽ ശ്വശ്രുവെന്തു കരുതും.

പാതിരാവിലെപ്പോഴോ ഒന്നിരുന്നപ്പോ
കാന്തന്റെ കരസ്പർശത്തിനൊരു മോഹം
കിട്ടില്ലെന്നുറച്ചു,
എന്നുമെന്നപോലെ ഇച്ഛയടക്കി,
അല്ലേൽ അദ്ദേഹമെന്തു കരുതും.

പലരും കരുതുമെന്നത് കരുതി,
എല്ലാമടക്കി, നടന്നും ഓടിയും,
മറന്ന മോഹങ്ങൾ.
വെള്ള പട്ടടയിൽ, എല്ലാം മറന്നു,
മോക്ഷം കാത്തു,
അല്ലേലും ഇനിയുമാരെന്തു കരുതാൻ...
□

ഒറ്റയ്ക്കിരിക്കുന്നവൻ

ഒറ്റയായവനെയും,
ഒറ്റയ്ക്കിരിക്കുന്നവനെയും
കരുതിയിരിക്കണം.
ഒരു വേള അയാളുടെ ഭാഷ,
നിനക്കപരിചിതമായ,
കാരുണ്യത്തിന്റെ,
സ്നേഹത്തിന്റെ ഭാഷയാവാം...

ഒരു നിമിഷാർദ്ധം കൊണ്ട്
ചിലപ്പോൾ അയാൾ,
നിങ്ങൾ അറിയാത്ത നിങ്ങളെ,
ക്യാൻവാസിലാക്കിയേക്കാം.

അയാൾ പറയാതെ പറയുന്നത്,
കുടത്തിലൊളിപ്പിച്ച
വെളിച്ചത്തെ കുറിച്ചാവും,
കൂടെ കൂടിയ കറുത്ത
നിഴലിനെ ആട്ടിയോടിക്കുന്നതിനെ കുറിച്ചാവും.

വെള്ളത്തെ കുറിച്ച് സ്വപ്നം മാത്രം
കാണുന്ന മരുഭൂമിയിലിരുന്നു
അയാൾ മഴയെയും,
തുലാവർഷത്തെയും കുറിച്ച് പറയും.

വറുതിയിൽ ഇരുന്നു
അയാൾ മാമ്പഴക്കാലത്തേയും,
കുത്തരിയും പ്രഥമനും
നിറഞ്ഞ സദ്യയെക്കുറിച്ചും പാടും.

ഈ ലോകം കാണാൻ അയാൾ നിങ്ങൾക്കായി,
അയാളുടെ കണ്ണട ഊരി തരും,
കാണാക്കാഴ്ചകളുടെ മായക്കാഴ്ചകൾ
നിങ്ങൾക്കായി തുറന്നു തരും.

വേനലറുതിയിൽ വിണ്ടടർന്ന
കണ്ടങ്ങളിൽ, അയാൾ കവിതകൊണ്ടൊരു
ഇടവപ്പാതി പെയ്യിക്കും.

ഒടുവിലൊരു മൃദു സ്മേരവുമായി
അയാൾ പതിയ യാത്രപറയാനൊരുങ്ങും.
ചുമലിലെ ഭാണ്ഡം,
വീണ്ടും കെട്ടിയൊരുക്കി
നീണ്ടയാത്രക്കൊരുങ്ങും.

ഒറ്റയ്ക്കിരിക്കുന്നവനെ,
നഷ്ടപ്പെടാതിരിക്കാൻ
സ്നേഹം കൊണ്ടൊരു
തടവറയൊരുക്കണം.

ഒരിക്കലും കടന്നുകളയാതിരിക്കാൻ
കവിത കൊണ്ടൊരു
കയ്യാമം ഉണ്ടാക്കി
ഹൃദയക്കൊളുത്തിലങ്ങിനെ
ചേർത്തിട്ടേക്കണം...

□

പലർക്കും ചിലതാവുക

ദുഖത്തെ കുറിച്ച് മാത്രമെഴുതുന്ന അവളുമാരുണ്ട്
അവർക്കായി നീ ഒരു കടൽ കാണിച്ചു കൊടുക്കണം.
കൊടുംകാറ്റിൽ ഇളകിമറയുന്നതും, ശാന്തയായി
നീലിച്ചു കിടക്കുന്നതും അവളെത്രെ കണ്ടിരിക്കുന്നു.

പറക്കാൻ കൊതിക്കുന്ന അവളുമാരുണ്ട്,
എല്ലാ ബന്ധനങ്ങളും പൊട്ടിച്ചെറിഞ്ഞു
പറക്കാൻ വെമ്പുന്നവർ,
അവർക്കായി നീയൊരു അപ്പൂപ്പൻ താടിയാവുക,
എല്ലാം മറന്നു
പൊങ്ങി പറന്നു,
അവർ കാറ്റിന്റെ മടിയിൽ യാത്ര പോട്ടെ.

വിരഹം കൊണ്ട് കവിതയെഴുതുന്നവൾമാരുണ്ട്,
ഒന്ന് ചുറ്റിപ്പിടിച്ചു തലചായ്ച്ചിരിക്കാൻ
അവർക്കു നീ ചുമലാവുക.
മോഹഭംഗങ്ങളുടെ ഒരു കടലാഴം
നിനക്ക് മുമ്പിൽ അവർ
തുറന്നുവെക്കും, ചുഴിയും വൻതിരയും
ഉള്ള ഒരു പെരുംകടൽ.

സ്വപ്നത്തെയും, സ്വപ്നഭംഗത്തെയും കുറിച്ച്
വാചാലയാവുന്നവൾമാരുണ്ട്,
ഒരു മലയോളം കിനാക്കണ്ടു
കുന്നു മോഹിക്കുന്നവർ,
അവർക്കു നീ പിടിച്ചു കയറാൻ
ഒരു ചെറു കാട്ടുവള്ളിയാവുക
അവരതിന്റെ അറ്റം ചേർന്ന്
മറ്റൊരു സ്വപ്നം കണ്ടു മയങ്ങും.

നിറയെ ചിരിക്കുന്നവർ,
എപ്പോഴും ചിരിക്കുന്നവൾമാരുണ്ട്,
അവർക്കു നീ വെറുമൊരു കണ്ണാടിയാവുക,
ചമയങ്ങളഴിച്ചാൽ
ഉള്ളിൽ കരയുന്ന വെറും
കോമാളികളാണവരെന്നറിയുക.
ചിരിച്ചു പിന്നെയും ചിരിച്ചു
അവർ വെറുതെ ദുഃഖം മറക്കാൻ ശ്രമിക്കും.

വാക്ക് ഉറപ്പിക്കാത്ത,
വാക്കിൽ കളിക്കുന്നവൾമാരുണ്ട്,
അവൾക്കു മുന്നിൽ നീ ഹൃദയമില്ലാത്തവനാവുക,
അല്ലെങ്കിൽ നിന്റെ മഴക്കാടുകളിൽ
ഒരു വേനൽ മഴ പെയ്യിച്ചു, വേനലിരട്ടിയാക്കി
അവൾ അടുത്ത മഴമേഘത്തോടൊപ്പം
ഇറങ്ങി പോവും, തിരിച്ചു വരവില്ലാതെ.

□

അക്ഷരങ്ങൾക്കും ശനിദശ

അക്ഷരങ്ങൾക്കും ശനിദശ,
അതും കണ്ടകശനി.
പ്രശ്നതാംബൂലം വേണം-നിശ്ചയം,
അല്ലേൽ കണ്ടകശനി കൊണ്ടല്ലേ
പോവൂ എന്ന് പലജനം.
അരയ്ക്കു ഒരു ഏലസെങ്കിലും
വേണം എന്ന് ചിലർ.

നാവിൽ നിന്നിറങ്ങിയ
ആദ്യാക്ഷരം, സരസ്വതിക്ക്
മുന്നിൽ നമ്രശീർഷ,
ശുഭ്രവസ്ത്രം ധരിച്ചിറങ്ങി,
പക്ഷെ വെച്ച കാൽ
ഇടംകാലായി, കണിയായി
വന്നതോ, അയൽവീട്ടിലെ കരിമ്പൂച്ച,
അത് കെണിയായി.

രണ്ടാമൻ, എവിടെയോ ആടി
തീർത്ത ശൃംഗാരം, തുള്ളി
ബാക്കിയാക്കി, ആരുടെയോ
കണ്ണിലെ തിരയിളക്കത്തിൽ
ഉടുമുണ്ട് പോയി,
ചിലന്തി വലയിൽ കുടുങ്ങിയ
ഈയാംപാറ്റയായി,
തല കീഴായി തൂങ്ങി കിടന്നു.

പരദേശിയായ മൂന്നാമൻ,
വിജന യാത്രയിൽ, തീവണ്ടിയുടെ

വേഗം അളന്ന്, വിദ്യുച്ഛക്തി
പേറുന്ന സമാന്തരരേഖകൾ
സന്ധിക്കുന്നതിനെക്കുറിച്ച്
സ്വപ്നം കണ്ട്, ആ സീറ്റില്
എപ്പോഴോ കൂർക്കം
വലിച്ചുറങ്ങിപോയി, മതി മറന്ന്.

ഓർമ്മ മറക്കാൻ, ലഹരി തേടിയ
നാലാമൻ, ടൗണിലെ ബാറിൽ,
മങ്ങിയ വെട്ടത്തിൽ,
ആരുടെയോ ഛർദിയിൽ
വെട്ടി വീണു കിടപ്പായി,
ഓർമയിലെവിടെയോ, വേവാത്ത
ചില പുളിച്ചുതേട്ടലുകൾ ഉണ്ടത്രേ,
അയാൾക്കു മറക്കാൻ.

വിപ്ലവം നടപ്പാക്കാൻ ഇറങ്ങിയ
അഞ്ചാമൻ, ഏതോ തോക്കിൻ മുനയിൽ,
പഞ്ചപുച്ഛമടക്കി നിന്നു. പിന്നാലെ
വന്നവർ, വഴി മറന്ന്,
കഥ മറന്ന്, എവിടെയൊക്കെയോ
ചിതറിയോടി പലവഴി,
വീണിട്ടും വീണിട്ടും പിന്നെയുമോടി.

സന്ധ്യ വന്നു, ഇടനിലക്കാർ ഇറങ്ങി,
വെളുത്ത വസ്ത്രം
ധരിച്ച കറുത്ത പുരോഹിതർ,
ജ്ഞാനത്തിന്റെ ഓംകാരത്തെ
മുട്ട് കുത്തിച്ചു, പ്രജ്ഞയറുത്തു കഴുവേറ്റി.
കഴുവേറ്റിയവനെ
പിന്നെയും കല്ലറയിൽ തളച്ചു,
മൂന്നാം ദിനം ഉയിർക്കാതിരിക്കാൻ.

വെളിച്ചം കിനാവ് കണ്ട അക്ഷരങ്ങൾ,
ഇരുളിന്റെ കൊലക്കയർ
കണ്ടു ഞെട്ടി വിറച്ചു.
പാപം ചെയ്യാത്തവരും ചെയ്തവരും
ഓങ്ങിയ കല്ലുകൾ കണ്ടവർ,
വാക്കിന് ലക്ഷ്യം
തെറ്റിയെന്നോതി ഓടി മറഞ്ഞു,
രക്ഷാസങ്കേതം തേടി,
രക്ഷകനെ തേടി,
ഇനിയും മരിക്കാതിരിക്കാൻ.

ഒടുവിൽ, മണ്ണിന്റെ തണുപ്പിൽ,
ഭാരമില്ലായ്മയിൽ, പഞ്ഞിപോലെ
നേരിന്റെ അക്ഷരങ്ങൾ,
കല്പാന്തങ്ങൾക്കപ്പുറം
പുതിയപുലരിയെ
കിനാക്കണ്ടു, അർത്ഥം ചികഞ്ഞു,
നീണ്ടു നിവർന്നു കിടന്നു.
ഇനിയും ഉണരാൻ,
അറിവിന്റെ തീപ്പന്തം കത്തിച്ചെറിയാൻ...

□

മഴക്കവിതകളുടെ തിരുശേഷിപ്പ്

മഴക്കവിതകൾ...
അന്ന് പെയ്തൊലിച്ച്,
ഒരു പേമാരി ബാക്കി വെച്ച് തുള്ളി
കുലുക്കി കടന്നുപോയി.

പെയ്തിറങ്ങുന്ന അവസാന
തുള്ളിയിലും ഇനിയും
മരിക്കാത്ത കവിതയുണ്ടെന്നും,
കയ്യിൽ മറക്കാൻ
ഒരു തുള്ളി
പോലും മിച്ചമില്ലെന്നും
ആരോ അടക്കം പറഞ്ഞു.

ഇടറിത്തെറിക്കാനാശിച്ച
മുകുളങ്ങൾ എന്തൊക്കെയോ
പായ്യാരം ചൊല്ലിപ്പിരിഞ്ഞു.

വീണുടഞ്ഞ ചില മൗനങ്ങൾ
നിനയ്ക്കാതെ പെയ്യുന്ന
വേനൽ മഴകളാണെന്നു,
ഓർക്കാപ്പുറത്തു
ഇടി വെട്ടിപ്പെയ്യാൻ,
കാത്തിരിപ്പാണെന്ന്.

ഒരു മഴക്കും നനയ്ക്കാൻ
കഴിയാത്ത
മൗനത്തിന്റെ മഴക്കാടുകൾ,
സ്രഷ്ടാവിന്റെ മൗനനൊമ്പരം,
നെടുവീർപ്പുകൾ.

തൊണ്ട വരണ്ട്, ദാഹിച്ചു വലഞ്ഞ ചെമ്മണ്ണ്,
കൊഴിഞ്ഞു വീണ ഗുൽമോഹർ,
ഓരോ മൺതരിയിലും അണുവിലും
അലിഞ്ഞു ചേർന്ന പുതുമഴ,
സീൽക്കാരങ്ങൾ, പരിഭവങ്ങൾ.

പ്രണയത്തിന്റെ പുതുഗന്ധം,
അവർ ഇണചേർന്നു ഒന്നായി,
ഒരുമിച്ചൊഴുകി
പിന്നെയും.

പെയ്തിറങ്ങി
പിന്നെയും
മഴക്കവിതകൾ,
അവയുടെ
തിരുശേഷിപ്പുകൾ ബാക്കിയാക്കി,
ഒഴുകിച്ചേർന്നു കടലിൽ,
ഒരിക്കലും മടങ്ങാതിരിക്കാൻ.
□

യൂദാസ് പറഞ്ഞു വെച്ചത്

മുപ്പതു വെള്ളിക്കാശിൻ കിലുക്കം, ചാർത്തി
തന്ന പേര് - ഒറ്റുകാരൻ, അതും ഗുരുവിനെ,
ചുംബനത്താൽ .

പണക്കിഴി ആദ്യം തന്നതും ഗുരു, വ്യയം ചെയ്യാൻ.
അളക്കാനും, എണ്ണാനും,
കൃത്യം നോക്കാനും ആരുമില്ല.

ഗുരുവിന്റെ ശക്തി, പ്രഭാവം, എനിക്കേകുന്ന
ലാഭങ്ങൾ, തിളക്കങ്ങൾ,
ജീവിതത്തിൻ വർണ്ണാഭ.

രാജാവിൻ ശിഷ്യന് മന്ത്രി വരെ ആവാം-നാട്ടുനടപ്പ്.
പണക്കിഴി സൂക്ഷിപ്പുകാരൻ
ധനമന്ത്രി തന്നെ.

ഗുരുമൊഴികൾ പലതും, വെള്ളത്തിൽ വരച്ച പോലെ
രാജ്യം ഐഹികമത്രെ, എന്ത് ഐഹികം,
പണം വരണം നിശ്ചയം.

ഓശാന നാളിൽ ഉറച്ചു, രാജാവ് തന്നെ,
മരച്ചില്ലകളും ഈന്തപ്പന കൈകളും സാക്ഷി,
ദേവാലയത്തിൽ കൊടുങ്കാറ്റായപ്പോൾ, ഉറപ്പിച്ചു.

പെട്ടെന്നൊരു മാറ്റം, ഒരു ഗൂഢാലോചന,
സ്വപ്നങ്ങൾ തകർന്നവന്റെ മുറിവ്,
അതിൽ മുളക് തേക്കാൻ ആ മുപ്പതു വെള്ളിക്കാശും.

കൊതിച്ചത് നേടാൻ, ഈ അപ്പക്കഷ്ണം
എനിക്കുള്ള കൊലക്കയറായി
പണക്കിഴി കെട്ടിവെച്ചവൻ,
ഒരു മുഴം കയറിൽ ജീവിതം കെട്ടിമൂടി

പറയാമായിരുന്നു, എനിക്കും മാപ്പ്,
കരയാമായിരുന്നു എനിക്കും,
ഹൃദയം നൊന്തു, താക്കോൽ ഏറ്റു വാങ്ങാനല്ല...
ഉയിർത്തവനെ ഒരിക്കൽ കൂടെ കാണാൻ മാത്രം.

□

'ജാതി' മരം

അച്ഛൻ നട്ട തേൻവരിക്കക്കും
അമ്മ വെച്ച തേന്മാവിനും ഇടയിൽ
'ജാതി' മരം കൊണ്ട് വെച്ചതാരെന്നറിയില്ല
ഫലത്തിൽ ഇപ്പോൾ 'ജാതി' മാത്രം...
□

മുഖവും മനസ്സും

ഒന്നിച്ചുറങ്ങിയവർ , ഒന്നിച്ചുണ്ടവർ,
ഒന്നങ്ങു ഉണർന്നപ്പോൾ, ഞാനായി നീയായി,
കോൺക്രീറ്റ് സൗധങ്ങൾ സ്റ്റാറ്റസ് സിമ്പലായി
അങ്ങോട്ടുമറിയില്ല ഇങ്ങോട്ടുമറിയില്ല
ചിരിയില്ല, എന്തിനു നോട്ടം പോലും

തല പൊക്കാൻ, നേരെ നോക്കാൻ, എവിടെ,
നോട്ടം മൊത്തം മൊബൈലിൽ തന്നെ
അങ്ങിനെയെന്നാൽ മുഖം മൂടി ആവാമെന്ന്
പുതുമുഖ വൈറസ്-കൊറോണ, മനസ്സ്
മൂടിയവന്റെ മുഖവും മൂടാമെന്നു ഞാനും.
□

കുന്നിടിച്ചപ്പോൾ

യന്ത്രം വന്നു, കൈ നീണ്ടു, കുന്നിടിച്ചു
മണ്ണുലച്ചു, മരം പിഴുതു, ഉഴുതിളക്കി.
കണ്ടു നിന്ന, ചിരി മറന്ന, കുട്ടി ചോദിച്ചു
കണ്ടുവോ നിങ്ങളെൻ ചെമ്പനീർ പൂക്കളെ.
□

മുന്നിലേക്കിഴയുന്നവർ

വെയിൽ മാഞ്ഞു, സന്ധ്യ വന്നു,
പലരും കൂടണഞ്ഞു.
നിര തെറ്റി, അടി തെറ്റി,
നര വന്നു, കാലചക്രം തിരിഞ്ഞു.
കിതച്ചോടി, നടുവൊടിഞ്ഞു,
വണ്ടിക്കാളകൾ, കാഴ്ച മറഞ്ഞവർ,
മുന്നിലേക്കിഴയാം, മങ്ങിയ കാഴ്ചയിൽ
കശാപ്പിന്റെ കത്തികൾ മാത്രം.
□

ജനറേഷൻ ഗ്യാപ്

പന്ത്രണ്ടിന് കെടേണ്ട വെട്ടം
ഇന്ന് എട്ടിന് കെട്ടതെന്നു അച്ഛൻ.
തലവേദന, മൂഡ് എവിടെയോ
കൈമോശം വന്നെന്നു മകൻ.

നമ്മുക്ക് ആ ഇറയത്തു,
നിലാവ് നോക്കി
ഒന്നിരുന്നാലോ എന്നച്ഛൻ.
ഇറയത്തിരിക്കാം,
കാലം പുറകോട്ടു
പോട്ടെയെന്ന് മകൻ.

കൈമോശം വരാൻ
കാരണമന്വേഷിച്ചു അച്ഛൻ,
ഒരു തലോടലായി.
ചങ്കു പകുത്തവൾ,
പുതിയ മേച്ചിൽപ്പുറം
തേടിയെന്നു മകൻ,
ഒരു തേങ്ങലായി.

സ്വന്തമാക്കാൻ മാത്രമല്ല,
വിട്ടും കൊടുക്കണം,
അത് പ്രണയമെന്നു അച്ഛൻ.
എനിക്കില്ലേൽ ആർക്കും വേണ്ടന്നും,
അല്ലേൽ അവളെ വൈറൽ
ആക്കുമെന്നും മകൻ.

ആരു ഉപദേശിച്ചു ഹിംസിച്ചു

പ്രതികാരത്തിനെന്നു അച്ഛൻ.
ഒരു വിങ്ങലായി,
ചങ്കു പറിച്ചു തരാൻ ഉണ്ട്
സതീർഥ്യർ എന്നും,
അവരുടെ പദ്ധതി എന്നും മകൻ.

പ്രണയത്തിൽ
ശോണിതം, നിറമുള്ള
സ്വപ്നങ്ങൾക്കേ പാടൂ,
അല്ലാതരുതെന്നച്ഛൻ.
ഒരു പിടി ചോര എങ്കിലും ഇല്ലേൽ,
മണ്ടനെന്നു നിനക്കില്ലേ എന്നു മകൻ.

വൈറൽ ആവാൻ പലർക്കും
ആവില്ലേ, നമ്മുടെ വീട്ടിലും
പെണ്മക്കൾ ഇല്ലേന്നച്ഛൻ.
ഒരേ ഗർഭപാത്രം തന്ന ചിന്തയെ
ഒന്ന് പതറിച്ചു,
എങ്കിലും ഒരു പക്ഷെ എന്ന് മകൻ.

ഒരു പക്ഷെയും വേണ്ടന്നു,
നിനക്കും എനിക്കും അവൾക്കും
ഇഷ്ടാനിഷ്ടം ഉണ്ടെന്നച്ഛൻ.
അത് ശരി, എങ്കിലും ഒരു ചതിച്ചൂര്,
തേപ്പിൽ പൊതിഞ്ഞില്ലേ അവളെന്നു മകൻ.

നിന്നോടൊരിക്കൽ പറഞ്ഞ സമ്മതം,
അനിഷ്ടമായതിൽ നിനക്കും
പങ്കു കാണാമെന്നച്ഛൻ.
കാരണം പറയാതെ ഒഴിവാക്കിയത്
ശരിയോ എന്ന് മറുചോദ്യവുമായി മകൻ.

പ്രതികാരം അല്ല,
ജീവിതം എറിഞ്ഞുടക്കലല്ല,
പുതു ചിറകുകൾ തേടാൻ അച്ഛൻ.
അവളെ അത്രേമേൽ
സ്നേഹിച്ചു എന്നും, പിരിഞ്ഞു
ജീവിക്കാനാവില്ലെന്നും മകൻ.

ഒരു നിമിഷം നിർത്തി, കണ്ണടച്ച്,
ഒന്ന് നീട്ടി വിളിച്ചു,
നീ ഇവളെ നോക്കു, എന്നച്ഛൻ.
ജന്മം തന്ന പുണ്യം,
മുന്നിൽ നിന്നപ്പോൾ ഒന്നിടറി,
അലറി പെയ്തു മകൻ,
കഥയറിയാതമ്മ

ചതിച്ചവളെ മറക്കാം,
വീണ്ടും പറക്കാം,
മനസ്സിൽ തിരമാലകൾ
കെട്ടടങ്ങട്ടെ എന്നച്ഛൻ.
മറക്കും, പൊറുക്കും,
ഇനിയും പറക്കും,
ഈ സ്നേഹത്തിനു
വേണ്ടിയെന്ന് മകൻ.

ഒരു പുതു തുടക്കം
യാത്രയിൽ നിന്നാവട്ടെ,
കൂട്ടു സതീർഥ്യരെയും,
വഴിച്ചിലവ് എന്റെ എന്നച്ഛൻ.
എങ്കിൽ നിങ്ങൾ ഇല്ലാതെ
എന്ത് ആഘോഷമെന്നു മകൻ,
പുതു തിരിച്ചറിവുകൾ.

തേച്ചവളെ വിട്ടു, പ്രണിയിച്ചവളെ
സ്വന്തമാക്കിയവൻ, വേറെ എന്ത്
പറയുമെന്ന് മനസ്സിൽ അച്ഛൻ.
പ്രണയമല്ല ലഹരി,
തേച്ചവൾ അല്ല നിരാശ,
കുടുംബം ആണ് ലഹരി
എന്ന് മകനും പറയാതെ പറഞ്ഞു.

വെടിയുണ്ടകൾ ഇല്ലാതാവട്ടെ,
കണ്ഠനാളം മുറിയാതിരിക്കട്ടെ,
അപരന്റെ അല്ലെയിൽ നിൽക്കട്ടെ,
നിന്റെ ശരികൾ, നിനക്കും
അവനും അവൾക്കും എനിക്കും
ഒരേ സ്വാതന്ത്ര്യം, ഒരേ അവകാശം.

പുത്തൻ പുലരികൾ, പുതു പ്രതീക്ഷകൾ,
നന്മയുടെ ലോകത്തെ മാലാഖക്കൂട്ടം,
നല്ല നാളേക്ക് വേണ്ടി, ലോകം പാടട്ടെ,
ലോകാ സമസ്താ സുഖിനോ ഭവന്തു,
വസുധൈവ കുടുംബകം...
□

മോർച്ചറി

മരണത്തിന്റെ തണുപ്പ്,
സമയമാം രഥത്തിന്റെ പല്ലവി,
തിരക്കൊഴിഞ്ഞവർ,
ജീവിതം വെടിഞ്ഞവർ-വിരസം.

അന്ന് വന്ന വിരുന്നുകാരിക്ക്
പ്രായം പതിനേഴു,
കാൽപ്പന്തു കളിയിൽ ചുവപ്പു
കാർഡ് കണ്ട പോലെ-പിരിച്ചു വിടൽ.

ഗൃഹാതുരത്വം മാറി,
അവരിലൊരാളായപ്പോ, പാട്ടു മാറ്റാൻ,
അവസ്ഥ മാറ്റാൻ അവൾ,
അടിച്ചു പൊളി മതിയെന്ന്-വ്യതിയാനം.

പാട്ടു മാറി, താളം മാറി,
തിരക്കൊഴിഞ്ഞവർ പുറത്തിറങ്ങി.
ആട്ടമായി, മേളമായി, ഓർമ്മകൾ
വലിച്ചെറിഞ്ഞു-പുതു വെളിച്ചം.

പെട്ടന്നൊരാൾ ശുഭ്രവസ്ത്രധാരി,
ഇവിടെന്തു ബഹളം, പാടില്ലിതു
പാട്ടു മാറ്റി, പിന്നെയും വന്നു,
ഒടുവിലെ യാത്രക്കായി-തിരിച്ചറിവ്.

പുറത്തിറങ്ങിയവർ
പിന്നെയും അകത്തു പോയി,
കിടപ്പായി. പോയ നോവുകൾ,
ഓർമ്മകൾ, തിരികെയെത്തി-നഷ്ടപ്പെടൽ.

പേടി വന്നവൾക്കു, കരച്ചിലായി,
തിരികെ പോകണം, അമ്മയെ കാണണം
ഒരു തരി നില്ക്കു, ശീർഷകം
ഉടക്കാൻ ചുറ്റികയുമായി
വരുന്നവർ- തച്ചുടക്കൽ.

അവർക്കറിയണം, എഴുതണം,
മരണകാരണങ്ങൾ, എന്നിട്ടാവാം മടക്കം.
നിനക്കായി, ഒരു ചുവന്ന പ്രകാശം
ഉടനെ കത്തും,
നിലവിളിയോടെ-കാത്തിരിപ്പ്.

□

ഇന്ന് വായിച്ച നോവൽ

ഞാൻ കാത്തിരുന്ന നോവലിന്റെ,
അവസാനഭാഗം ആയിരുന്നു ഇന്ന്.
മെല്ലിച്ച നായകൻ, കളി നിർത്തി
ഇടയിൽ രംഗമൊഴിഞ്ഞു, നര വീണ
നായിക, പിന്നെയും കാത്തിരുന്നു,
ആ കോമാളിക്കായി, മിഴി ചിമ്മാതെ.
അല്ലേലും ചില കഥകൾ അങ്ങിനെയാ
പിരിച്ചേ കഥ തീരൂ, ദുരന്തപർവ്വം.

□

വഴി തുറന്നവർ

നിങ്ങൾ എന്റെ വഴി തുറന്നവരുടെ
കുഴിമാടങ്ങൾ തുറക്കുക, അടിയേറ്റു
തകർന്നൊടിഞ്ഞ, നെഞ്ചെല്ലിൽ,
കരുനീലിച്ച ഒരു ചെരിപ്പടയാളം
വെള്ളക്കാരന്റെ ബൂട്ടടയാളം.

ചരിത്രം മറക്കാത്ത ആ ബൂട്ടിൽ,
മാപ്പെഴുതിയ വിരലടയാളങ്ങൾ,
പൊടി തുടച്ച നാവടയാളങ്ങൾ,
ഒറ്റിക്കൊടുത്ത നാണയവശിഷ്ടങ്ങൾ,
നിങ്ങളുടെ വഴി തുറന്നവർ ബാക്കി വെച്ചത്.

□

ഉത്തരായനം കാത്ത് ഒരു മൂകസാക്ഷി

അയാളുടെ ഓഫീസിൽ
കറങ്ങുന്ന കസേരയ്ക്കുമപ്പുറം,
കിഴക്കേ മൂലയിൽ,
രാശി നോക്കി,
പ്രശ്നം വെച്ച്
ഇരുത്തിയതാണെന്നെ.

ക്രയവിക്രയം ചെയ്തുകൂട്ടിയ
നോട്ടുകെട്ടുകൾ,
മുദ്രപ്പത്രങ്ങൾ
ആധാരങ്ങൾ
എല്ലാമെന്റെ വയറ്റിൽ
ക്രമമായി അടക്കി
മുദ്രവെച്ചു അയാൾ.

എന്റെ നെഞ്ചിൽ
അയാളുടെ വിരലുകൾ
പതിച്ചാലെ,
ഒരു പൂട്ടു തുറക്കൂ,
കണ്ണ് കാണിക്കണം
പിന്നെയും തുറക്കാൻ.

കണ്ണീരിന്റെ,
കരച്ചിലിന്റെ,
പ്രാക്കിന്റെ,
ശകാരങ്ങളുടെ,
ഭേദ്യത്തിന്റെ
നേർക്കാഴ്ചകൾ എന്നും

അയാളുടെ ഓഫീസിൽ,
ഞാൻ എല്ലാറ്റിനും
മൂകസാക്ഷി.

അമർത്തിയ തേങ്ങലുകൾക്കും,
അഴിഞ്ഞുലഞ്ഞ ഉടയാടകൾക്കും,
വിലപറഞ്ഞ മാനങ്ങൾക്കും,
മണ്ണിനും, പെണ്ണിനും,
പൊന്നിനും - ഞാൻ,
ഞാൻ മാത്രം മൂകസാക്ഷി.

പലരും പറഞ്ഞു
ഹൃദയമില്ലിയാൾക്ക്,
കരുണയില്ലിയാൾക്ക്.

ഞാനറിഞ്ഞു
ഒന്നുമില്ലിയാൾക്ക്,
ആരുമില്ലിയാൾക്ക്
ഭ്രാന്തൻ?- ആർത്തി
പണത്തോട് മാത്രം.

അന്നാ മഴയുള്ള രാത്രിയിൽ,
പലനാളും പലരുടെയും
ഉറക്കം ഹനിച്ച,
അയാളുടെ ഹൃദയം
എന്നെന്നേക്കുമായി ഉറങ്ങി,
ഭാവങ്ങളില്ലാതെ.

ഉറ്റവരില്ല,
ഉടയവരില്ല.
അയൽപക്കം,
നാട്ടുകാർ ആരുമില്ല.

ഗവൺമെന്റിൻ വണ്ടിയിൽ,
ഏതോ പൊതുശ്മശാനത്തിൽ അടക്കം.

സർക്കാർ മുദ്രവെച്ച വണ്ടിയിൽ
എന്നെയും കയറ്റി,
എങ്ങോട്ടോ യാത്ര ദിക്കറിയാതെ.

ആർക്കുമാകില്ല തുറക്കാനെന്നെ,
താക്കോലുകൾ മണ്ണിലലിഞ്ഞു.

വെട്ടിപ്പൊളിച്ചെന്നെ,
നെഞ്ചകം പിളർന്നു,
എടുത്തൂ നോട്ടുമാലകൾ,
മുദ്രപ്പത്രങ്ങൾ ആധാരങ്ങൾ.

ഒടുവിലൊരു ആക്രിയായി,
ഏതോ തമിഴന്റെ ഗോഡൗണിൽ,
ഉത്തരായനം കാത്ത് ഞാനും-
ഈ മൂകസാക്ഷി.

□

മഴവില്ലിനും പറയാനുള്ളത്

ഇന്ന് പെയ്ത മഴയ്ക്ക് പിന്നാലെ വന്ന സൂര്യൻ
കൂട്ടിന് ഒരു വില്ലുമായി വന്നു, യുദ്ധം തുടങ്ങാൻ.

എന്തിലും ഏതിലും പഥ്യം ഏഴിനോടെന്ന് അടിവരയിട്ടു
ഏഴു വരി വില്ലുമായി, സമയരഥത്തിൽ കയറി വന്നു.

ഒന്നാം വരിയിൽ ഭാവനയും, ആത്മീയതയും,
ഇട ചേർന്ന വൈലറ്റ്, അപൂർവതകളുടെ വേലിയേറ്റങ്ങൾ.

ഭക്തിയുടെ, സഹാനുഭൂതിയുടെ നിറമുള്ള കുപ്പായം
അണിഞ്ഞു ഇൻഡിഗോ, നീതിയും
നിഷ്പക്ഷതയും ഉറപ്പാക്കി.

ആകാശവും കടലും ഒന്നെന്നു ചൊല്ലി, നീല വന്നു,
പക്ഷെ സ്വാതന്ത്ര്യം അതിരു കടന്നെന്നു ചിലർ,
വായ മൂടി, ചേലയുടുപ്പിച്ചു.

രോഗാതുരനായി വന്ന പച്ചക്കു, എന്നോ എറിഞ്ഞ
ആണവപ്പൊടിയുടെ മണം, പണത്തിന്റെ കൊഴുപ്പ്,
അസൂയയുടെ ദുർഗന്ധം.

ബൗദ്ധിക തത്വജ്ഞാനി, ഞാനെന്നും,
സൂര്യൻ പോലും എന്റേതെന്നും മഞ്ഞ...
നിനക്ക് വിശ്വാസവഞ്ചന ഉണ്ടെന്നും,
വെറും മഞ്ഞയെന്നും ചിലർ.

ഉത്സാഹവും, സർഗ്ഗാത്മകതയും,
വിജയവും എനിക്കന്നു ഓറഞ്ച്.....

ഉത്തേജനവും, പ്രോത്സാഹനവും മാത്രമല്ല
ലൈംഗികതയും നിനക്കെന്നു സദാചാരക്കാർ.

പ്രണയത്തിന്റെ, വികാരത്തിന്റെ,
ചോരയുടെ നിറമെന്നു ചുവപ്പു.... അതല്ല
വിപ്ലവത്തിന്റെ, വീര്യത്തിന്റെ നിറമെന്നു പലരും,
നേരിന്റെ കാവലാളർ.

അറിയാത്ത മാനങ്ങൾ, കണ്ടിട്ടും, കേട്ടിട്ടും,
ചിന്തിച്ചു തല പുണ്ണാക്കി, വില്ലു മടക്കി,
യുദ്ധം നിർത്തി, കടലുകൾക്കിടയിൽ
പിന്നെയും പതുങ്ങി സൂര്യൻ.

□

തൊട്ടാവാടികൾ

തട്ടിയും തൊഴിച്ചും , വാടിക്കാൻ പലരും
ഊഴം കാത്തിരിക്കുമത്രേ, പാവം തൊട്ടാവാടികൾ.
വാടി മടുക്കുമ്പോൾ മാത്രമേ, തങ്ങൾക്കും
മുള്ളെണ്ടെന്നു അവരോർക്കാറുള്ളത്രെ.

പൂവിന്റെ ഭംഗിയിൽ, നാടിന്റെ മൂളലിൽ
വാടിയും കൊഴിഞ്ഞും ഇനിയും തീരരുതെന്നു,
ഇന്നലെ ചൊറിയണം പറഞ്ഞു തന്നപ്പോഴേ
കരുതി-ജന്മങ്ങൾ വെറും നീർപോള സമാനം.

പതിവുപോലെ വാടിക്കാൻ വന്നവർ, കാലു
പൊക്കി നിത്യവും തൊഴിച്ചവർ, ചിരിച്ചവർ.
ഇന്നുയർത്തിയ കാല് നിലവിളിച്ചൊതുക്കി
കനിഞ്ഞിറങ്ങിയ ചോരപ്പാടുകൾ തൊട്ടു നോക്കി.

ഒരു ചുവടു മാറി, പിന്നെയും തുറിച്ചു നോട്ടങ്ങൾ
വാടിയിരിക്കേണ്ടവൾ , മുള്ളുമായി പോരാടുന്നോ.
നീ നിന്നെ അറിഞ്ഞാൽ ,നിന്നിലെ മുള്ളിനെയൊരുക്കി
മുന കൂർപ്പിച്ചു, തിരിച്ചടിക്കണമെന്നു കാലചക്രം.

□

വിശ്വാസം

കുടുംബബന്ധത്തിലെ വിശ്വാസം...
എന്തെന്ന് ചാക്യാര്, ഫേസ് ബുക്കും,
മെസ്സെഞ്ചറും, വാട്ട്സ് ആപ്പും
ലോഗിൻ ആയുള്ള ഫോണിന്റെ പാസ്സ്‌വേർഡ്
പങ്കാളിക്കും അറിയുമെങ്കിൽ,
അതാണെന്ന് നമ്പ്യാര്.

□

പാതി ചുരുങ്ങിയ ബലൂൺ

ഇന്നത്തെ പ്രഭാത യാത്രയിൽ ഞാൻ വഴിയിൽ
കണ്ട പാതി ചുരുങ്ങിയ ബലൂൺ, എന്തൊക്കെയോ
പറയാതെ പറഞ്ഞു, ഇന്നലെവരെ ആരൊക്കെയോ
നെഞ്ചിലേറ്റിയവ, പലതിനും അലങ്കാരമായവ,
ഇന്നാർക്കും വേണ്ടാതെ, വഴിയിൽ, പാതി ജീവനായി.

അതിനെ നോക്കി, മെല്ലെയെടുത്തു, പൊടി തട്ടി
നെഞ്ചോടു ചേർത്ത്, മുഷിഞ്ഞ വസ്ത്രം ധരിച്ച
ഒരു വൃദ്ധൻ, എന്തോ ഓർത്തോർത്തു
പിന്നെയും മന്ദഹസിച്ചു.
പോയ കാറ്റു പോലെ, ഓടിയ പ്രായമെന്നു
ആരും പറയാതെ സ്വയം പറഞ്ഞതാവും,
അയാൾക്കു ചിരി നിർത്താനായില്ല.

□

ഇന്നത്തെ ഓംലറ്റ് പറഞ്ഞത്

പതിവ് തെറ്റിച്ചു, ഇന്നത്തെ ഓംലറ്റ്
സന്തോഷവതിയായിരുന്നു. അല്ലേൽ,
എന്നുമവർ നഷ്ടജീവിതത്തെയോർത്തു
പതംപെറുക്കി കരയുമായിരുന്നു.

ആചാരം തെറ്റിച്ചവരെ ചോദ്യം
ചെയ്യാതെ വിടുവതെങ്ങിനെ,
ഭേദ്യം വേണ്ടേൽ, മണിമണിയായി
സത്യം പറയാൻ ഞാനും കുശിനിക്കാരും.

സത്യം കണ്ട്, മനസ്സ് മടുത്തു,
ജീവിതം മതിയായെന്നു മറുപടി-നിരാശ.
തിന്നാനല്ലാതെ കൊല്ലുന്ന നാട്ടിൽ
ജീവിക്കേണ്ടെന്നും താത്വികമൊഴി.

കുരുന്നിനേം തള്ളയേയും പിഴപ്പിക്കുന്ന
നാട്ടിൽ, തനിക്കു പിഴക്കേണ്ടെന്ന്.
തിന്നുന്നതിൽ കലക്കുന്ന വിഷവറ്റ്
കൊത്തിപ്പറക്കേണ്ടെന്നു, പിന്നെയും.

ചാപിള്ളയായാലും പറഞ്ഞത്
വാസ്തവമെന്നറിഞ്ഞവർ,
രണ്ടു ഇറക്കു മദ്യം ചേർത്ത്
വളച്ചൊടിച്ചു, ചവച്ചരച്ചു,
നിർദ്ദയം ഉദകക്രിയ ചെയ്ത്,
അല്പസ്ഫുടത്തിനായി പറഞ്ഞയച്ചു.

അല്ലേലും ആചാരം തെറ്റിച്ചവരെ,

വിളിച്ചു പറയുന്നവരെ,
നിശ്ശബ്ദരാക്കാതെങ്ങിനെ.
വിഷം കൊടുക്കണം,
തല വെട്ടണം, ചുട്ടു കൊല്ലണം
ഒഴുക്കിന്റെ തനിയാവർത്തനങ്ങൾ.
□

കാലചക്രം തിരിഞ്ഞപ്പോൾ...

കോമയിലായിരുന്ന ഇട്ടൂപ്പ് ചേട്ടൻ
ഇന്നലെയുണർന്നെന്ന്,
മുപ്പതിൽ ഉറങ്ങിയവൻ
എണീറ്റത് അറുപതിലാണെന്ന്.

തല ചെരിച്ചു, ചുറ്റും നോക്കി,
എല്ലാർക്കുമെന്തിന് മുഖകൗപീനമെന്നു?
ആശ്ചര്യത്തോടെ ചോദിച്ചത്രേ,
കോമക്കാരനെന്തു കൊറോണ?

വീട്ടിലും പറമ്പിലും മാറ്റം,
ഓല പോയി, ഓട് പോയി,
വീടിപ്പോ സിമന്റ് കെട്ടിടം ആയി,
വായു പോയി, കാറ്റ് പോയി,
കണ്ടീഷൻ വന്നു.

തൊടിയിലെ കുളത്തിൽ
കുളിക്കാൻ പോയപ്പോ, കുളമില്ല.
പകരം, സ്വിമ്മിംഗ് പൂൾ,
കോൺക്രീറ്റ് സൗധങ്ങൾ,
വില്ലാ പ്രൊജക്റ്റ്.

അമ്പലത്തിലെ കുളത്തിൽ
കുളിക്കാൻ ചെന്നപ്പോ, അഹിന്ദുവിന്
ക്ഷേത്രപ്പറമ്പിൽ പ്രവേശനം
ഇല്ലത്രേ, മുമ്പിങ്ങിനെയല്ലായിരുന്നെല്ലോ.

കവലയിലെ നാരായണന്റെ

ചായക്കടയില്ല, പകരം ഫുഡ് കോർട്ട്.
കബാബ്, ഷവർമ്മ, ബ്രോസ്റ്റഡ്,
വായിൽ കൊള്ളാത്ത എന്തൊക്കെയോ.

ആൽത്തറയിൽ എല്ലാരും തലകുനിച്ചു,
കയ്യിൽ ഞെക്കു മെഷീൻ
കളിയില്ല, ചിരിയില്ല, വാക്കില്ല,
മുഖപുസ്തകവും ആപ്പുമാണത്രെ.

ആണിട്ടത് പെണ്ണും, പെണ്ണിട്ടത് ആണും,
മുടിയുള്ള ആണും
ബോബ് ചെയ്ത പെണ്ണും,
തനിക്കു ഭ്രാന്തായോ,
കണ്ണ് ചിമ്മിയടച്ചു പാവം.

ചെമ്മണ്ണ് റോഡില്ല,
എല്ലാം കറുപ്പുമയം,
പായുന്ന വണ്ടികൾ, പുക.
ചെത്താണത്രെ ഫ്രീക്കന്മാരുടെ,
കള്ളുംകുടമില്ലാതെ
എന്തുചെത്തെന്നു ചേട്ടൻ.

പത്രത്തിലെങ്ങും വാണിഭം,
പീഡനം മാത്രം,
അറുപതും ആറും ഒരുപോലെ,
കൂട്ടിക്കൊടുക്കാനമ്മയും,
പീഡിപ്പിക്കാനച്ഛനും,
ഇതെപ്പോഴിങ്ങിനെയായി.

അല്പം ദൂരെ ആരെയോ വെട്ടിക്കൂട്ടുന്നു,
നിലവിളി രോദനം, ആർക്കും തടയേണ്ട,

പലരുമത് ഷൂട്ട് ചെയ്യുന്നു,
ലൈവിനായി ലൈക്കിനായി
കൊടി നോക്കി കൊട്ടേഷനാണെത്രെ.

അമ്മയെ കൊല്ലുന്നു, മക്കളെ വെട്ടുന്നു,
പ്രാണേശ്വരിയെ പങ്കിടുന്നു,
പ്രണയം കാമമാകുന്നു,
ഇതൊക്കെയെന്നു സാധാരണമായെന്നു
പിന്നെയും ചിന്തിച്ചു.

നമ്മളെങ്ങിനെ നീയും ഞാനുമായെന്നും,
നീ എങ്ങിനെ ഹിന്ദുവും, ഞാനെങ്ങിനെ
ക്രിസ്താനി മാത്രമായെന്നും
ചിന്തിച്ചുഴഞ്ഞു പാവം,
ഇന്നലെവരെയിങ്ങനെയല്ലായിരുന്നല്ലോ.

മതം നോക്കി, കൊടി
നോക്കിയെന്നുവന്നു മതിലുകൾ,
ആരു തീർത്തു ചങ്ങലകൾ,
സ്വയം ചോദിച്ചുത്തരം
കാണാൻ നോക്കി,
വെറും വെറുതെ, പിന്നെയും.

എവിടെയും ആതുരാലയങ്ങൾ,
നമ്മളെല്ലാരുമെങ്ങിനെ രോഗികളായി.
അങ്ങകലെ വൃദ്ധസദനം,
എപ്പോഴാണീ തണൽമരങ്ങൾ
ഭാരമായതു, പുരക്കുമേൽ ചെരിഞ്ഞത്.

കാലം മാറി, കോലം മാറി,
ഏറെയിനിയും കാണാനുണ്ടെന്നും,

ആരോ പറയാതെ പറഞ്ഞു.
ചതിച്ചൂരും, ചോരമണവുമിനിയുമുണ്ടെന്നും,
ചിരിച്ചു കൊല്ലാൻ പലരുമുണ്ടെന്നും.

കണ്ടു മടുത്തു ഇട്ടുപ്പേട്ടൻ,
മനം മടുത്തു, ഇനിയും ഉറങ്ങിയാലോ
എന്നോർത്തു.
പിന്നെ ചിന്തിച്ചു,
ഞാൻ മാത്രമുറങ്ങിയിട്ടെന്തിന്,
കാലചക്രം മുന്നോട്ടുമാത്രമല്ലേ.
□

വാടകവീടുകൾ

വാടക വീടുകൾ,
പലപ്പോഴും
വേശ്യയുടെ മനസ്സ് പോലെയാണ്.
പ്രണയം
ലവലേശവുമില്ലാതെ
രതിയുടെ
ആഴങ്ങൾ തേടുന്ന പോലെ.

ഇന്നലെ പോയവനും,
ഇന്നുള്ളവനും
നാളെ വരുന്നവനും,
സ്വന്തമാക്കാതെ,
അറിയാതെ,
ഒരു മാമ്പഴക്കാലത്തിനായി
കൂടെക്കൂട്ടുന്നവർ...

പരിഭവം പറയാതെ...
കരച്ചിലൊതുക്കി
അടുത്ത ഊഴക്കാരനായി
സ്വയമൊരുക്കി
കാത്തിരിക്കുന്നവർ...

□

ഉപ്പുകവിതകൾ

അച്ഛന്റെ
കവിതയ്ക്ക്
വിയർപ്പിന്റെ
ഗന്ധമായിരുന്നു
തൊട്ടു നുണയുമ്പോൾ
ഉപ്പുരസവും.
പലപ്പോഴും
അകമ്പടിക്കു
ചുമയുടെയും
വലിവിന്റെയും
പിൻസംഗീതവും.....

ഒരു
വറുതി ബാല്യത്തിന്റെ
ഓർമ.
ഒറ്റ മുണ്ടും,ഷർട്ടും,
തേഞ്ഞ ചെരുപ്പ്,
കട്ടനിലും
മുറിബീഡിയിലും
തീരുന്ന വ്യാമോഹങ്ങൾ.....

അമ്മക്കൊപ്പം
അച്ഛനും
ഒരുമഹാകാവ്യമെന്നറിയാൻ
പിന്നെയും
വൈകി ഏറെനാൾ...
ഉപ്പുകവിതകൾ
ഞാനുമെഴുതി തുടങ്ങും വരെ...

□

കവിതയുടെ ആത്മാഹുതി

അയാൾ,
ഒരു കവിയായിരുന്നു.
അന്നയാൾക്കു,
ഒരു കവിത എഴുതണമായിരുന്നു...

ഭാവനയുടെ ചിറകിൽ
പറക്കാൻ തുടങ്ങവേ,
ഇന്ന് തീർത്തുകൊടുക്കാമെന്നേറ്റ
പറ്റുബുക്കിലേക്ക്
കവിത ഓടിയൊളിച്ചു.

ജോലിക്കു പോകാനായി
ശകടത്തിൽ കയറിയപ്പോ
പിന്നെയും കവിത വന്ന്,
വട്ടം പിടിച്ചു, ഇനിയും
തീരാതെ ജോലിയുടെ
നിരയും,
മേലാളന്റെ ക്ലാവിച്ച
മുഖവും, പിന്നെയും
കവിതയെ പിണക്കിയകറ്റി.

വിശ്രമവേളകളിൽ പിന്നെയും
കവിത വന്നൊളിച്ചു നോക്കി,
പിറകിൽ വന്നു കെട്ടിപ്പിടിച്ചു.
വരവുചിലവിന്റെ വെട്ടലും
കുത്തലും കണ്ടുമടുത്തു
പിന്നെയും കവിത
പിറുപിറുത്തിറങ്ങിപ്പോയി.

അത്താഴം കഴിഞ്ഞയാൾ
പിന്നെയും എഴുതാനിരുന്നു..
ഉറക്കവും ഞെരുക്കവും,
വിയർപ്പും ശുക്ലവും
കൂടിപ്പിണഞ്ഞ്,
മനം പുരട്ടി,
സ്വയം മടുത്തു,
അയാളുടെ കവിതയന്നു
ആത്മാഹുതി ചെയ്തു.

□

എന്നും ചാവാനൊരുങ്ങുമ്പോളൊക്കെ

ഇടക്കും പെടക്കും
ചാവാനൊരുങ്ങുന്ന
ഒരു സുഹൃത്തെനിക്കുണ്ട്...

എന്നും
ചാവാനൊരുങ്ങുമ്പോളൊക്കെ...
അന്നുവരെ കാണാത്ത
ഒരു മനുഷ്യൻ വന്നവനെ
കെട്ടിപ്പിടിക്കുമത്രെ...
ഒരുപാടു നേരം
അവനെ മാത്രം കേട്ടിരിക്കുമത്രേ.

എന്നും
ചാവാനൊരുങ്ങുമ്പോളൊക്കെ...
എന്റെ ചിലമ്പിച്ച സ്വരം
അവനു ഓർമ്മ വരുമത്രെ.
അവൻ പോയാൽ
ഞാൻ സുഖിച്ചാലോ
എന്നോർക്കുമ്പോൾ
അവന്റെയുള്ളിൽ
ഒരാന്തൽ വരുമത്രെ.

എന്നും
ചാവാനൊരുങ്ങുമ്പോളൊക്കെ...
തയ്യൽ യന്ത്രം ചവിട്ടി കറക്കുന്ന
ഒരമ്മയെക്കുറിച്ചോർമ്മവരുമത്രെ.
എന്നും വിളക്കു വെക്കുന്ന

അച്ഛന്റെ അസ്ഥിത്തറ
ഓർമ്മവരുമത്രെ

എന്നും
ചാവാനൊരുങ്ങുമ്പോളൊക്കെ
ചാവാനുള്ളതിന്റെ പകുതി
ധൈര്യം മതി ജീവിക്കാൻ
എന്നാരൊക്കെയോ ചെവിയിൽ
പറയുമത്രെ

ഇതെല്ലാം ഇന്നലെ
പറഞ്ഞവൻ, ഇന്ന്
മച്ചിന്റെ ബലം
നോക്കിയതെന്തിനെന്നു
പലവുരു ചിന്തിച്ചു ഞാൻ...

ചിലപ്പോൾ,
എന്നും വരുന്നയാൾ
തിരക്കിലാവും,
ആന്തലും മറഞ്ഞു പോയതാവാം,
ഓർമ്മകളും
എവിടെയോ ഒളിച്ചിരിക്കാം,
ചെവിയിൽ പറയേണ്ടവർക്കു
ദീനമാവാം.

ഇനിയും,
എന്നും
ചാവാനൊരുങ്ങുമ്പോളൊക്കെയുള്ള
കഥകൾ പറയാൻ,
ജീവിക്കാൻ മറന്ന
ഞാൻ മാത്രം ബാക്കി.

□

www.ingramcontent.com/pod-product-compliance
Lightning Source LLC
LaVergne TN
LVHW060152051026
849517LV00007B/2651
* 9 7 8 9 3 9 4 4 7 2 0 9 9 *